EWÌ ÌTANIJÍ

OLATINWO ADEAGBO FATOKI

ISBN: 9798788705798
Imprint: Independently published

Printed in the United States of America

CONTENTS

ÌWÉ YÌÍ JẸ́ TI

ORÚKỌ MI NI

____

ORÚKỌ ILÉ Ẹ̀KỌ́ Ọ̀ MI NI

____

MO WÀ NÍ KÍLÁÀSÌ

____

ÒRÒ ÀKÓSÒ

À kójá ewé mi nìyí ní tewì àpilèkọ. Mo fi sọ orí ìyàwó mi
Regina Adétọ́lá Àjọkẹ́ tó dolóògbé lọjọ kejìlélógún nínú
oṣù kẹta, ẹgbàá ọdùn ó lé mọ́kàndínlógún tí a ṣe àìsùn on-
ígbàgbọ́ rẹ̀ ní ọjọ Kejìlá Oṣù Kẹfà tó sì wọ káà ilẹ̀ lọ ní ọjọ Kẹtàlá
ni Cathedral ti St. Peter Anglican Church, Ìbàdàn North Diocese
Aremọ, Ibadan. Àti ọmọ mi Reginald Adétọ́lá Ìṣọ̀lá-Àpála. Ìyàwó tó
padà wá lọ́mọkùnrin làntì lanti tí a sọ lórúko
ní July 12 oṣù kan gééré tí a ṣàìsùn onígbàgbọ́ ìyàwó mi Adétọ́lá
Àjọkẹ́, aya tó lọ láìdágbà kan. Kí Ọlọ́run bá mi fi ọrun kẹ́ ẹ.

31/07/2019

1.   OLÓGE WÚWO

Èyin ọmọdé ẹ tẹtí ẹ gbọ́ mi
Ẹ̀yin màjèsín ẹ fiyè sọ́rọ̀
Àwíìgbọ́, àfọ́ọ́gbà ṣebáraàrẹ ló wà.
Ìwé ni wọ́n ní kí o wá kà nílé ẹ̀kọ́
O fìwé sílẹ̀, oò kà
O f'ẹ̀kọ́ sílẹ̀ oò kọ́
O ń fọjọ́ alẹ́ rẹ tàfàlà
O ń fọjọ́ alẹ́ rẹ ṣeré
Ọmọ ọdún mélòó ni ọ́ná àǹtí?
Ọmọ ọdún mélòó ni ọ́ná bọ̀dá?
Tí o ń ti kékeré bóra
Tí o ń ti pínnísín gbégbá ìranù
Àánú rẹ ṣe mí o
Tèmí sì ṣ'Ọlọ́run Ọba.
O wà ní sẹ́kọ́ńdìrì, ò ń bóra
Ó wà ní sẹ́kọ́ńdìrì, ò ń yànlè
Bóo bá dàgbà tán ńkọ́?
Àfi kóo gbégbá aṣẹ́wó
 Ẹ wojú ọ̀lẹ ṣonpa
Ẹ wẹnu àǹtí bí ẹnu asín
Ojoojúmọ́ ni tísà kìí kọ́ọ yín níṣẹ́
Nígbà tójẹ́ pé, fòníkú fọ̀la dìde -
Lò ń fọ̀rọ̀ ilé ẹ̀kọ́ ṣe.
Ìgbẹ̀yin níí dun olókùú àdá sí

Ọjọ́ alẹ́ kúkú lẹkún afàárọ̀ ṣoge

Kọjú mọ́sẹ́ kóo le láyọ̀ nígbẹ̀yìn

Múra sẹ́kọ́ọ̀ rẹ, kóo lè jéèyàn lójọ́ ọ̀la

Máa dúró ní yàrá ìkẹ́kọ̀ọ́

Má fetí palàbà ìmọ̀ràn àgbà

Ọ̀rọ̀ àgbà kúkú lọ̀rọ̀ akéwì

Bí o ṣẹ láàárọ̀

Dandan ni kó ṣẹ lójú alẹ́

N ò sọ pé kí o máa dọ̀tí

N ò sọ pé kí o yọ̀bùn

Àmọ́ oge wúwo yìí ti pọ̀ jù

Àsìkò tí o fi ń soge yìí

Ìwé ni kóo fi máa kà

Kóo lè baà ṣoríire nígbẹ̀yìn.

ÌTUMỌ̀ ÀWỌN Ọ̀RỌ̀ TÓ TA KÓKÓ

Àwíìgbọ́: Ọmọ tí a wí fún tí kò gbọ́ ẹ̀kọ́

Màjèsín: Ọmọ kékeré

Fọjọ́ alẹ́ tàfàlà: Fọjọ́ alẹ́ seré

Pínnísín: Kékeré

Fòníkú fọ̀la dìde: Ìsáǹsá

ÌBÉÈRÈ

1. _________________ ni wọ́n ní kí o wá kà nílé ẹ̀kọ́?

2 Kí ni akéwì ní kí ológe wúwo ṣe kó leè jéèyàn?

3. Ìgbà wo ni ọ̀rọ̀ àgbà máa ń ṣẹ?

4. _________________ níí dun olókùú àdá sí?

5. Kí ni ìtumọ̀ fetí palàbà ìmọ̀ràn àgbà?

2. ORÍ

rí mi àpéré
Orí mi àpésìn
Mo gbá ọ mú lónìí
Oò níí gbàbọ̀dè ọ̀ràn
Dákun má ṣeléṣù lẹ́yìn mi
Orí ẹni làwúre ẹni
Ẹni tó ṣòògùn tí ò jẹ́
Ẹni tó sàdúrà tí ò gbà
Kó má relé aláwo
Kó má relé oníṣègùn
Kó má relé ààfáà kankan
Kó má relé wòlíì fún àánú
Kó kúnlẹ̀ kó ké p'Olódùmarè
Kótún wá ké pe orí ẹ̀

Òrìṣà ni orí
Kò gbọdọ̀ báni jà
Bórí bá ń dààmú akẹ́kọ̀ọ́
Bó kàwétítí kò níí wọrí
Bó jíwèé wò nínú ìdánwò
Ọká máa fó.
Bórí bá ń dààmú àgbẹ̀
Bó kọbè bí ẹgbàata
Tó tulẹ̀ ghìngbado, ghin ẹ̀gẹ́

Bí wọn ò bá jòná mébè

Àgbàrá á sì jan gbogbo cbè pọ̀

Ẹni tórí bá ń dà láàmù

Bó bá tajà títí kò níí mówó délé,

Bó sòwò kò níí jèrèè

Ọ̀rọ̀ orí kanpá

Orí mi má gbàbọ̀dè fún mi

B'órí ìyàwó bá gbàbọ̀dè

A dàbí ẹrú lójú ọkọ

B'órí ìyàwó bá sì sọre

A dààyò lọ́ọ̀dẹ̀

A dàrígbéjó bí ìrù ẹsin

Tó bá rí bẹ̀ẹ̀;

Ìwọ orí mi ò ò ò!

Oò níí sìrìn o

Oò níí sikọ̀ wọ̀

Oò níí siko jájẹ

Oò níí désọ̀ oníwòsìwósí.

ÌTUMỌ̀ ÀWỌN Ọ̀RỌ̀ TÓ TA KÓKÓ

Àpéré - Orí

Àpésìn - Orí

Oníṣẹ̀gùn - Ẹni tó máa ń ṣe oògùn fún ènìyàn

Oníwòsìwósí - Àwọn tó máa ń ta àgbo àti àwọn èròjà mìíràn.

Àayò – Ìyàwó tí ọkọ fẹ́ràn jù

ÌBÉÈRÈ

1. Sọ orúkọ méjì tí orí ń jẹ́

(i) _____________________

(ii) _____________________

2. _____________________ni orí

3. _____________________ni ó máa ń sọ ìyàwó di ààyò lọ́ ọ̀dẹ̀ ọkọ

4. Ẹni tí ọ̀rọ̀ rẹ̀ kò bá ní ojútùú kó ké pe _____________ àti

____

5. _____________ ni kìí jẹ́ kí òǹṣòwò jèrè?

3. OLÙKỌ́

Olùkọ́ jẹ́ ẹni tó ga
Tó ń kọ́mọ tó bá fẹ́ ga
Tẹ́ẹ bá ti rọ́mọ tó bá ga
Tó bá ti rí wọn, á dìde ńlẹ̀
A sì tètè fún wọn lága.

Ọmọ tó bá ti wá fẹ́ ga
Tó rólùkọ́ tí ò gbága fún wọn
Tó jókòó lórí àga kí wọn
Ọmọ tó bá tí wá fẹ́ ga
Tó rólùkọ́ tí ò gbága fún wọn
Tó jókòó lórí àga kí wọn
Irú wọn ní ń fara gbẹgba nídìí
Látorí àga, kó le wá ga.

Tẹ́ẹ bá rákẹ́kòọ́ tí ò fẹ́ ga
Bó rólùkọ́ tó ń bọ̀ lọ́nà
Kò níí gbẹrù lọ́wọ́ ògá o
Àfìgbà tó bá tó gbẹgba lẹ́yìn
Kó tó mẹ̀tọ́ ẹ̀ tí ó ṣe.

Ilé ayé tí ẹrí yẹn
Ó kún fẹ́kòọ́ fẹ́ni tó fẹ́ kọ́ ọ
Tóo bá kọ́ ọ, wàá le wúlòò
Wàá sì tètè débi tó ga.

Mo wí fún ẹ ìwọ ọ̀rẹ́ mi
Tẹ́ẹ bá rọ́mọdé tóó ń gapá o
Irú wọn kìí dẹni gíga
Wọn kìí jókòó níbi tó ga
Wọ́n á padà ṣẹrú ayé ni.
Dájúdájú olùkọ́ ga
Pẹ̀lú ọlá wọn la sì fí ń ga
Tóo bá tirí wọn kóo dìde nílẹ̀
Pẹ̀lú ìfẹ́ àtàpọ́nlé
Pẹ̀lú ifé àtàpónlé.

Olùkọ́ ni atúnpìn-ínyàn
Tóo bá rákẹ́kọ̀ọ́ tó yàn-án láàbọ̀
Tó tẹpá mọ́sẹ́ ọ̀rẹ́ mi
Tó sì ń kàwé tọ̀sán tòru
Bó pẹ́ títí á dẹni gíga.

Bí n bá lówó ará mi
N ò ní gbàgbé ògá mi
Olùkọ́ tó kọ́ mi nígbà tí ǹ nímọ̀
Tó sọ wá dẹni gíga...
Tí mo fi padà wá donímọ̀
Olùkọ́ ẹ kú isẹ́ o
Olùkọ́ ẹ kú iṣẹ́ o.

ÌTUMọ̀ ÀWỌN ọ̀Rọ̀ TÓ TA KÓKÓ

Ọmọ tó bá fẹ́ ga: Ọmọ tó fẹ́ ṣoríire
Dèèyàn: Di ènìyàn ńlá

Dúníyàn: Ilé ayé

...yàn-án láàbò: Tó kù díè káàtó fún

ÌBÉÈRÈ

1. Olùkó jé çni tó ____________________

 2. Níbo ni olùkó ti máa ń na ọmọ?

3. Ilé ayé kún fún __________________

4. Ọmọdé tó ń gapá kìí di _____________

5. Olùkó ni __________________

4.   ÈKỌ́ YÁ

Ó yá, ó yá, ẹ máa sún mọ́ mi
Olùkọ́ ti dé pèlú èkọ́ rẹ̀
Fún ọmọ tó bá fẹ́ kẹ́kòọ́ o
Ó yá, ó yá, ẹ tètè máa bọ̀
Ìgbà ara làá búra nílé ayé
Tẹ́ẹ̀ bá mọ, kẹ́ẹ tètè yáa mọ̀

Ẹ tẹtí bèlèjẹ́ kẹ́ẹ gbọ́o
Ìgbèyìn ní ń d'olókùú àdá o
Ọjọ́ alẹ́ lojọ́ ẹkún wọn
Tètè farabalẹ̀ kóo gbọ́ èkọ́
Kó lè wúlò fún ọ lẹ́yìnwá òla

Kékeré la ti ń pẹka ìrókò
Bí bẹ́ẹ̀ kọ́ a yarí ni
A padà gbẹbọ lọ́wọ́ ènìyàn
Kò sì ní ṣeé lagi mọ́ ará mi.

Èkọ́ ti yá èyin ará mi
Ẹ tètè múwèé kẹ́ẹ mú báírò
Ẹ jẹ́ á lọ ilé èkọ́ o
Ká le tún lọ fìmọ̀ kún ìmọ̀.
Èyí la fi le tètè mókè

Ẹ̀kọ́ tí yá ẹ̀yin ará mi
Ẹ jẹ́ á pa erépá tì ná o
Iṣẹ́ lòsùpá ń ṣe lókè
Iṣẹ́ loòrùn ń ṣe ní sánmọ̀
Iṣẹ́ nìràwọ̀ ń ṣe lọ́run
Mọ̀nàmọ́ná ń ṣiṣẹ́ ìmọ́lẹ̀
Òṣùmàrè ń fẹwà ẹ̀ dárà
Ẹ jẹ́ á kojú mọ́ ẹ̀kọ́ wa.

Ìgbà ara làá búra
Ẹnìkan kìí bú Ṣàngó lẹ́ẹ̀rùn
Ẹnìkan kìí b'Ọ́sun nínú òjò
Ẹnìkan kìí b'ẹ́ja nínú omi
Ẹ̀kọ́ tí a wí òrẹ́ mi
Kìí ṣe nítorí Ọlọ́run nìkan
Kí o lè dèèyàn láwùjọ ni
Kí o lè wúlò fẹ́bí ni
Kí o lè fi bọ́mọ báya
Tó bá pẹ́ jù á dùn ọ́o
Ọ̀lẹ ò yọmọlúàbí o
Ọmọ tó bá ṣiṣẹ́ lónìí
Ni yóò dènìyàn pàtàkì lẹ́yìnwá ọ̀la
Ni yóò d'ẹni àpésìn nígbẹ̀yìn

ÌTUMỌ̀ ÀWỌN Ọ̀RỌ̀ TÓ TA KÓKÓ

Òṣùmàrè   Ìmọ́lẹ̀ aláràǹbarà tó máa ń là láti òkè wá
Ẹ̀ẹ̀rùn   Ìgbà tí kìí sí òjò
Y'ọmọlúàbí: Ya ọmọlúàbí, ya ọmọ rere

ÌBÉÈRÈ

1. Kí ni akéwì sọ pé ó yá?
2. Igbẹ̀yìn níí dun......
3. Kékeré la ti pẹ̀ka ....
4. .... ni akéwì ní ká patì ná
5. Ẹnìkan kìí bú Ṣàngó ní..........

5.   ERÉ GÉLE

Erèpá èé bímọ ire
Erépá èé bímọ ire
Bí ò bí kùmọ̀, a bí kóńdó
Erépá èé bímọ ire

Kò síhun táa ṣe tí ò lẹ́san
Kò síhun táa ṣe tí ò lérẹ̀
Èrè rere ń bẹ
Èrè burúkú náà sì wà
Ẹni tó bá tẹpá mọ́ṣẹ́ á lówó
Ẹni tó bá jalè á fàyà gbọta
Ẹní bá ṣòfófó, á gbeérú lórí
Ẹní bá ṣèkà á jèrè iwà ikà.

Ẹni tó bá ń ṣerépá ńkọ́?
Kò lérè gidi kan tó fẹ́ jẹ
Bí ò kán lápá
Ó sì leè kán lẹ́sẹ̀
Ó sì leè tẹsẹ̀ bọ̀dágbẹ́
Ara èrè erépá náà ni fífarapa.

Mo rọ́mọ tó gungi ré kọjá ewé rí
Ójábọ́ lulẹ̀ látòkè, ó r ó gbìì nílẹ̀
Ó wá kígbe oró

Ó kígbe bí ẹní wà nígbó òrò
Ó pariwo bí ẹni tó jòróṅro
Àsẹ̀yìnwá àsẹ̀yìnbọ̀ ńkọ́?
Ẹsẹ̀ ọ̀tún ti kán
Aṣọ rẹ̀ tún fàya pẹ́rẹpẹ̀rẹ
Odidi oṣù mẹ́ta ló lò nílé ìwòsàn

Ni mo fi sọ pé,
Ìwọ̀ntunwọ̀nsì ni nǹkan ń dùn mọ
Bókèlè bá tóbi jù
Èèyan yóó pòfóló
Bọ́mọdé bá mumi jù láàjìn
Aṣọ rẹ̀ yóó tutù kó tó dàfẹ̀mọ́jú
Bérée géle bá pọ̀ jù
Ó lè sọ̀ọ̀yàn daláàbọ̀ ara
Ká máa gun wínńdó, gun fẹ́ǹsì
Ara erée géle ni.
Ẹ jáwọ́ nínú erépá
Ẹ yàgò fún eré géle
Ìgbẹ̀yìn rẹ̀ kìí láyọ̀.

ÌTUMỌ̀ ÀWỌN Ọ̀RỌ̀ TÓ TA KÓKÓ

1. Eré géle: Erépá líle tó le somo di aláàbọ̀ ara.
2. Òróṅro: Kinní kan bí omi aró tómáa ń korò nínú ìfun ẹran
3. Láàjìn: Ní alẹ́, òru

ÌBÉÈRÈ

1. Erépá kìí bí ___________________

2. Erépá le bí ___________ àti _________

3. Sọ eré géle mẹta tí akéwì mẹnubà.

i. ___________ ii ___________

iii ___________________

4. Akéwì ní ká yàgò fún eré ___________

5. Ìgbèyìn ________________ kìí dára.

6.   Ẹ KU EWU ỌMỌ

Ọpẹ́ ńlá f'Ọba tó dá wa sáyé
Ọpẹ́ pàtàkì fún Wáédù lókè
Oore ńlá ló ṣe fọ́lọ́mọ
Isẹ́ ọmọ ojọ́ kìn-ín-ní àná
Ló padà wá doyún
Òun ló dọmọ tuntun èjẹ̀ ọ̀run
Báríkà! Ẹsẹ̀ tẹlẹ̀ láyọ̀
Ọmọ́ délé ayé tán ó figbe bọnu
Ó ń pariwo "Mo wáà", "mo wáà"
Gbogbo ayé panupọ̀ pé;
Ayé ń dùn, wá bá wa jẹ ẹ́"
Ẹnìkan kìí kúkú bómi ṣọ̀tá
Ẹnìkan kìí kúkú bọmọ tuntun ṣorogún
Ẹnìkan kìí bọmọ tuntun yandì
Gbogbo ayé ní ń pé wo líìlí
Gbogbo ayé ní ń pé wo ọmọ tuntun
Ìyá ìkókó o kú oríire
Oríire náà kò níí dìbànújẹ́
Kò níí padà dẹkún nígbẹ̀yìn
Ẹ̀yìnkùlé làá ribi ọmọ sí
Isẹ́ bàbá ọmọ sì lèyí kìí ṣeṣẹ́ aráàdúgbò
Ìyá ìkókó ríi pé o jóra dáadáa
Ìyá túnfúlù má jẹun tútù ni mo so
Ẹní sẹ̀sẹ̀ bímọ kìí jẹ oúnjẹ tútù

Ounjẹ tó gbóná labiamọ í jẹ
Kára le tètè bọ̀ sípò
Kọ́mọ náà ó le róúnjẹ jẹ láyà ìyá.
Ìyáàkọ, ọ̀rọ̀ kàgbààgbà
Abẹ́ ọmọ dídá kò gbọdọ̀ pẹ́
Ilà ojú kíkọ ara àṣà wa ni fẹ́ni tó bá wù.

Àìwẹsẹ̀-ǹ-táyé mọ́ lóde òní
Ni ò jọ́rọ̀ ó lójútùú
La fi ń ṣiṣẹ́ oníṣẹ́
Ni télò̩ fi ń ṣe kápéńtà.
Níjọ́ kẹfà, ẹ má gbàgbé orò ìfàlọmọ
Ọkùnrin lọmọ wa
Bó bá dijọ́ kẹsàn-án kó gboókọ
Bó bá jóbìnrin ojọ́ keje ni kò níyàn
Ọmọ náà kò níí sánkú
Kò níí bá wọn nájàa wàràwàrà
Yóó dàgbà, yóó dògbó
Yóó lálùbáríkà

ÌTUMÒ̩ ÀWỌN Ọ̀RÒ̩ TÓ TA KÓKÓ

Wáédù: Ọlọ́run
Ẹsẹ̀tẹlẹ̀ láyò̩:   Aboyún bímọ láyò̩
Ìkókó: Ọmọ tuntun
Ibi Ọmọ: Ìkejì ọmọ
Gboókọ: Gbà orúkọ

ÌBÉÈRÈ

1. _____________ ni akéwì ní ká dúpẹ́ fún?

2. Kí ni ìtumọ̀ ẹ̀jẹ̀ ọ̀run?

3. Níbo ni a máa ń ri ibi ọmọ sí?

4. Sọ orúkọ mẹ́ta mìíràn tí a tún le pe ọmọ
   túntun

i. _____________ ii _____________

iii. _____________

5. Sọ àṣà Yorùbá méjì tó súyọ nínú ewì yìí.

7.   ÀWỌN ÒDÓ ÌWÒYÍ

Èyin *òdó ìwòyí ẹ yá mi létí yín*
Ẹyin màjèsín ẹ farabalẹ gbọmọràn
Ẹjọwọ ẹ fi láfïánù balẹ ná
Kí çjẹ n ta yín jí ní kíákíá
Ìwà burúkú tí ẹ ń hù ti jẹ rí?
Ìwà ìgbéraga tó wọ yín lẹwù yìí ò ṣẹ
Ìwà ìgbéraga kìí jéèyàn ó dàgbà
Àwọn àgbà ò gbọdọ báa yín wí
Àwọn àgbà ò gbọdọ báa yín sòrọ
Ìmòràn àgbà ò jẹ nnkan kan lójú yín
Ẹyin òdó ìwòyí leè pẹnu àgbà ń rùn
Àtikíni á diṣẹ fún-un yín
Àti dòbálẹ gbalaja á dòràn
Ìforúnkún méjèèjì kúnlẹ ò sí mọ
Ìba búúbúú ti dòrọ ìkàsìn

Ọkùnrin àsìkò yí ń gbìngbàdo fájunilọ
Wọn á wá sẹyìn gbanku bíi talábahun
Wọn á máa rìn bí ẹni ẹgún gún lẹsẹ
Wọn á máa fọwọ kó abẹ kiri
Oge òfò lórí asán lásán
Olóòórùn onípátá gígan
Ẹ wo ṣòkòtò àwọtẹlẹ bọdá
bó se gan pa

Ẹ wòó bó ṣe dòtí bí àkísà
Aláì-mohun-tó kàn
Ó rìnhòòhò wọjà
Ó ń dọwọ́ bo ojú
E gbọ́, sójú ló yẹ kó dọwọ́ bò...
Wọn ò níkan í ṣe
Ọ̀kọ̀ṣẹ ni wọ́n, wọ́n sì tún lójú kòkòrò

Tí wọ́n bá ṣe ohun tí ò tọ́
Ẹwí níwọ̀nba kẹẹ dáale
Kẹ́ẹ sẹnu ní déédé ṣíbí
Kẹ́ẹ máa fi wọ́n ṣèran wò
Nítorí pé kò séèpo lójú wọn
Wọ́n á búni bí ẹní láyin
Wọ́n á re olúwa rẹ̀ látòkè délẹ̀
Ìwà ọ̀pọ̀ òdọ́ iwòyí bùáyà
Bóyá nítorí ìmukúmu tí wọ́n ń mu ni
Bóyá nítorí ìjẹkújẹ tó ti bà wọ́n jẹ ni
Ìmọ̀ràn mi síi yín ni pé kí ẹ tètè padà sílé
Kí ẹ forí méyìn gbọ́mọ̀ràn
Ẹ gbọ́rọ̀ sí àwọn òbí yín lẹ́nu
Ẹ gbàmọ̀ràn olùkọ́
Ẹ máa múra bí olórí pípé
Ẹ tètè ronú pìwàdà
Kó tó dàbámọ̀.

ÌTUMỌ̀ ÀWỌN Ọ̀RỌ̀ TÓ TA KÓKÓ

Màjẹ̀sín: Ọmọdé
Láfiánù: Etí

Àtikíni: Àti kí ènìyàn

Ìba búúbúú: Kí ènìyàn kíni pẹ̀lú ọ̀wọ̀ àti ìbẹ̀rù

Alábahun: Ìjàpá

ÌBÉÈRÈ

1. _______ ni akéwì ní kí àwọn ọ̀dọ́ yá òun?

2. Ìwà _________ kìí jẹ́ kí èèyàn ó dàgbà

3. ___________ kò sí mọ́ láyé òde òní

4. Báwo ni àwọn ọkùnrin àsìkò yìí ṣe ń gbin àgbàdo fún ajunilọ? Ṣàlàyé.

5. Sọ nǹkan méjì tí akéwì sọ pé ó leè fa ìwà tí àwọn ọ̀dọ́ iwòyí ń hù.

i. ___________

ii. ___________

8.   YÓÓ DÌTÀN

Mo wolé ayé lọ kánrin
N ò róhun tí mo le fi wé
Mo wo dúníyàn lọ kánrin
N ò róhun tó jọ dúníyàn
Mo rìngboro lọ sàà
Mo róhun tójú ò rí rí
Mo róhun tó yà mí lénu
Mo róhun tó pa mí lẹ́kún
Mo róhun tó dùn mí dọ́kàn

Mo rò pé ẹ máa bèèrè ohun tí mo rí.
Mo rò pé ç máa şèbéèrè ohun kàyééfì.
Ọjọ́ kan, n lojú bá kún mi lóọ̀dẹ̀
Mo gbéra páá, ó dàgboolé wa ní ìlú Ìbàdàn
Àní nísàlẹ̀ gbùngbùn ibi a ti gbé ṣẹ̀
Ohun àkọ́kọ́ tí mo rí ni pé,

Gbogbo àwọn abílékọ ìjọ́sí ti dìyá àgbà
Gbogbo ọlọ́mọge tó ń ṣe fọ́rífọ́rí lójọ́sí ti darúgbó
Gbogbo àpọ́n bìnrin ló ti dìyá ní káà
Gbogbo àwọn àgùnbánirọ̀ ọjọ́sí nkọ́?
Gbogbo géńdé tó sán-angun nígbà kan
Gbogbo wọn ló ti di bàbá àgbà

Mo le pẹfọ̀n, mo le perin ìjọ́sí

Bí wọn bá rákeekèé, wọn á bìlà
Gbogbo àwọn bọdá lágboolé wa nígbàyẹn
Gbogbo wọn ni ò mọ déètì lórí mọ
Gbogbo wọn ni ò moye àsìkò tó lù

Ìyá tísà kán ń bẹ ládùúgbò wa lójọsí
Afínjú ni, kò sì fẹran ọbùn
Òun nìkan ló lómí ẹrọ nígbà náà
A máa fakọ sọrọ pé
"Ẹ má jẹẹ kómi dà sílẹ o"
Lójọsí tí mo sàbẹwò sí àdúgbò
Ni mo mọ pè ọkọ rẹ tí a mọ sí bàbá tísà ti wáwo ẹsin lọ
Ìyá tísà ojọsí ti darúgbó, ó ti dàgbà
Óti ń lògò, bẹẹ ni ń logi
Àṣé gbogbo nǹkan ní ó dìtàn
Omi ẹrọ ojọsí sì ti dàmúpìtàn…
Ìyá Tísà nbáà ti ń gbéke omi kiri àdúgbò

Ilé alájà méjì kan ṣoṣo ló wà
Lágboolé wa nígbà náà
Bàbá olóyè sì lorúkọ bàbá tó nilé ọhún
llé ọhún sì jẹ àwòsífìlà
Àgbàyanu, jàn-ànràn jan-anran ni
Ǹjẹ ẹ mọ pélé ọhún ti fẹ wó tán!
Bàbá olóyè ti kú, àwọn ọmọ rẹ ò wálé mọ
Ọpọ àìmoye ilé aláràǹbarà
Ló ti dàlàpà, ló ti dilé ewúrẹ
Ló ti dibi ìṣeré àwọn àgùntàn.

Ǹ jẹ ẹyin akẹkọọ wọnyí

Tí àlàyé mi ò bá yé e yín
Tíç bá ti délé níròlę
Ẹ bi bàbá àti ìyá yín
Pé níbo nilé baba, baba, baba wọn wà?

Ní gbogbo àdúgbò wa nígbà náà
Ọ̀jọ̀gbọ́n kan sonpa ló wà látòkè délẹ̀
Mo gbọ́ p'ó ti jàwàálẹ̀
Ni mo bá yalé wọn láti dárò....
Gbogbo ìwé tó ń jọ kòfẹ́sọ̀ lójú
Làwọn ọmọ́ ti rọ́ jọ sílé ìkẹrùsí
Làwọn ọmọ́ ti rọ́ tì ságbàlá
Ìyẹn ni pé yóó dìtàn dandan ni
Gbogbo ohun tí a bá se lónìí
Gbogbo ohun tí a bá mọ̀
Gbogbo ohun tí a bá ní
Ẹjẹ́ á fi máa sọmọ aráyé lóore
Gbogbo ilé tó ń jọ wá lójú
Bó pẹ́ bó yá, wọ́n á dìtàn
Mọ́tò tóo rà tó ń jọ ọ́ lójú
Bóo bá tà á, yóó dogoko.
Iṣẹ́ rere tí a bá ṣe láyé
Ìwà rere tí a bá ń hù ní dúníyàn
Ànfààní tí a se fọ́mọlàkejì
Ni kò níí yćć gbàgbé bọ̀rọ̀bọ̀rọ̀
Bí o kọ́lé ogún wọ́n á dìtàn
Bóo nímọ́tò ọgbọ̀n wọ́n a dàróbá
Ọmọ tó bá jogún mọ́tò rẹ̀ jogún agolo
Ọmọ tó jogún aya rẹ̀ jogún wàhálà
Ohun tí mò ń sọ ni pé

Kí ẹ má wayé máyà

Ká múlé ayé ní bín-ín-tín

Ká sì máa hùwà rere.

Nítorí pé gbogbo rẹ̀ yóó dìtàn.

ÌTUMỌ̀ ÀWỌN ÒRÒ TÓ TA KÓKÓ

Dúníyàn: Ilé ayé

Kàyééfì: Nǹkan ìyàlẹ́nu

Abílékọ: Obìnrin tó ti wọlé ọkọ

Fọ́rífọ́rí: Kí ènìyàn máa ṣe akọ

Bìlà: Sá sẹ́yìn, sá lọ

Ilé àwòsífilà: Ilé ńlá tó rẹwà púpọ̀

Kòfẹ́sọ̀:   Ọ̀jọ̀gbọ́n

ÌBÉÈRÈ

1. Níbo ni akéwì lọ nígbà tí ojú kún-un?

2. Kí ni ohun àkọ́kọ́ tí akéwì kọ́kọ́ rí?

3. Iṣẹ́ wo ni ìyá tó ní omi ẹ̀rọ nílé ń ṣe?

4. Ilé alájà méjì mélòó ló wà lágboolé àwọn akéwì nígbà náà?

5. Ọ̀jọ̀gbọ́n mélòó ló wà ní gbogbo àdúgbò àwọn akéwì nígbà náà.

9. ORÍKÌ ÌBÀDÀN

Múnimíni dé, ọmọ Ìbàdàn dé
Oró mọni gbéni mì.
Ìbàdàn ọmọ Ajòrosùn
Ọmọ ajẹ̀gbínyó
Ìbàdàn ọmọ afìkarahun fọ́ri mu
Ìbàdàn bèèrè kóo tó wọ̀ ọ́
Ìbàdàn tó gbonílé tó gbàlejò
Ìbàdàn májà májà bíi tọjọ́ ìkínní
Èyí tẹ́ẹ fi jará àdúgbò gbogbo lógun
Ìbàdàn mèsì ọ̀gọ̀ nílé Olúyọ̀lé
Níbi olè gbé ń jàre olóhun
Ìlú Ògúnmólá
Ìlú Ìbíkúnlé
Àgbàlá Ògúnmólá tókookò sáré
Ògúnmólá Olódògbo kẹ́ri lógun
Ò-bọ kẹ̀n̄bẹ̀ ribi ìjà
Ìbàdàn ń mú ẹru
Ẹrú rẹ̀ náà tún ń mú
Agbógunlérí, Ogúntidádé
Dákan lùkan nínú oko bẹẹrẹ
Ọ̀-tẹ-gbòǹgbò ọ̀nà somi sùùrù Ìbàdàn
A kìí wà láyé ká má lárùn kan
Másu mátọ̀ ni t'Èkó
Dáná sunlé ni t'Ọ̀yọ́

Dòdò rèé, ẹwáá rà á ni t'Ìkirè
Òní Sókótó, Ọla Kàdúná
Ni kìí jọ́mọ Ògbómọ̀sọ́ ó gbélé
Ìjà ìgboro làrùn Ìbàdàn.

ÌTUMỌ̀ ÀWỌN Ọ̀RỌ̀ TÓ TA KÓKÓ

Ajòrosùn: Ẹni tó máa ń jẹ òro sùn (Oríṣìí èso kan ni òro)
Ìkarahun: Kòròfo ìgbín
Ori: Ẹ̀kọ

ÌBÉÈRÈ

1._____________ ni Ìbàdàn máa ń jẹ sùn?

2. Kí ni wọ́n fí máa ń fọ́ ori mu?

3. _________ ni àrùn Ìbàdàn?

4. __________ ni àrùn Èkó?

5. __________ ni àrùn Ọ̀yọ́?

10. ORÚKỌ TÓ WUNNI

Orúkọ a máa ro ọmọ
Àpèlé a sì máa ro ènìyàn
A sọmọ ní Ṣódé
Ọmọ́ lọ sájò ọmọ dé
A sọmọ ní Ṣóbọ̀
Ọmọ́ lọ sájò ó bọ̀.

A wá sọmọ ní Ṣórìnlọ
Ọmọ́ bá ràjò lọmọ ò bá wálé mọ́
Ṣebí orúkọ ọmọ ló ń ro ọmọ
Àpèlé ènìyàn ní ń rònìyàn
Ẹ̀yin ènìyàn mi gbogbo
Ẹjẹ́ á funra sójọ́ iwájú ọmọ wa
Ẹjẹ́ á sọyè sígbẹ̀yìn àwọn màjèsín
Ọmọ táa sọ lórúkọ tó níye lórí
Ọmọ táa sọ lórúkọ àlùbáríkà
Ọmọ táa sọ lórúkọ tó jẹ́ tAkin
Ọmọ táa sọ lórúkọ tó jẹ́ tọmọlúàbí
Ọmọ táa ti rò pé yó yakin nínú ọmọ
Ìyẹn bó bá dọjọ́ iwájú
Ọmọ́ wá dáàrín ẹgbẹ́ tán
Ọmọ́ wá dáàrín ọgbà
Ọmọ́ bá porúkọ rere tí a sọ ọ́ dà
Olúwáṣínà wá di Ṣàìná
Ọláńrewájú wá di Ọláńreforward

Sakariyahu wá di Sàká-màǹjeè

Tóósìn wá di Tosan-ín

Ẹ̀ ńfòsì ṣayọ̀ yọ̀

Ẹ sì tún sọ Wàsíù di Weṣẹ́

Ẹ bá mi bií pé kí ló wé mọ́-ọn lẹ́sẹ̀?

Ọláwálé n lẹ̀yín sọ di Wàlátà

Ẹ̀ ńfòsì ṣayọ̀ yọ̀ inúu yín ń dùn

Ẹ ti gbórúkọ rere sọnù sígbó

Ẹ wá jórúkọ tí ò nítumọ̀.

Sọ̀làjú lèyí ni àbí ìrégbè.

ÌTUMỌ̀ ÀWỌN Ọ̀RỌ̀ TÓ TA KÓKÓ

Àpèlé- Orúkọ àdámọ́ tí à ń jẹ́ lẹ́yìn orúkọ çni

Sódé - Orúkọ ènìyàn ni èyí

Sóbò - Orúkọ ènìyàn ni èyí

Ọgbà-   Ẹgbẹ́

ÌBÉÈRÈ

1. ___________ àti __________máa ń roni?

2. ___________ ni orúkọ ọmọ tí ò wálé mọ́.

3. ___________ ni Olúwáṣínà sọ ara rẹ̀?

4. Kí ni wọ́n pe Sakariyahu?

5. Kí ni wọ́n pe Ọláwálé

11. ÌRÀNLỌ́WỌ́

Ẹnikẹ́ni tí ìwọ bá nípá
Láti ṣe ìrànlọ́wọ́ fún
Òun lèèyàn tirẹ̀.
Bóo bá ṣè ìrànlọ́wọ́ tìdùnnú tìdùnnú
Tóo fọkàn kan ṣe é
Ẹ̀san ń bọ̀ láìpẹ́
Nítorí oore kìí gbé
Ọ̀rẹ́ rẹ ò róúnjẹ jẹ
Ìwọ ò sì lè jẹ tìrẹ tán
Ò bá fún un ní díẹ̀
Kóo le gba ẹ̀san lọ́wọ́ Olúwa
Bóo bá rẹni tó nísòro aṣọ
Tíwọ ò sì le wọsọ tìrẹ tán
Bó ṣèkan, bó ṣe méjì lọ fún un
Ara oore ni wàá gbẹ̀san lọ́wọ́ Elédùà
Gbogbo ohun tó bá le ṣèèyàn léṣe
Yáa mú un kúò lọ́nà
Kó má lọ ṣèwọ tàbéèyàn rẹ ní sùtá
Ká ran òbí ẹni lọ́wọ́
Ká ran aráàdúgbò lọ́wọ́
Ká ṣàánú ọ̀rẹ́ tó jẹmùlẹ̀
Ká ṣe oore fúnra wa ló lérè

Ká ṣe ìrànlọ́wọ́ fẹ́ni tó yẹ
La fi le gbẹ̀san oore

Gbogbo ohun tí a bá şe lónìí

Ọ̀rọ̀ ìtàn ni bó dọ̀la

Ẹ̀dá kan kò sì seé rò pin láyé

Kò kúkú sí ohun t'Ọ́lọ́run ò lè şe

Ènìyàn le ní lónìí

Kó sì daláìní nígbẹ̀yìn

Ẹni tó ń sagbe le padà dolówó

Ká máa şoore lakéwì ń wí

A ò níí daláìní nígbẹ̀yìn.

ÌTUMỌ̀ ÀWỌN Ọ̀RỌ̀ TÓ TA KÓKÓ

Şékan:	Şé ìkan
Níşòro:	Ní ìşòro
Aláìní:	Ẹni tí kò ní, tálákà

ÌBÉÈRÈ

1. _______________ ni ẹnìkejì rẹ

2. _______________ kì í gbé

3. Ẹ̀kọ́ wo ni ewì yìí kọ́ wa?

4. _______________ le di olówó lọ́la

12. MÁ FI Mọ́TÒ ṢERÉ

*B*ájá bá ń sínwín
A máa mojú iná
Ẹni tó bá dáná
Kò gbọdọ̀ finá ọ̀hún ṣàwàdà.
Òyìnbó tó ṣe mọ́tò
Kò gbọdọ̀ fi ṣàwàdà rárá
Ìwọ ọmọdé yìí
Má fi mọ́tò ṣeré
Máa yà fún mọ́tò
Má ṣerépá lójú títì
Wo apá ọ̀tún
Kío sì wo apá òsì
Kí o tó fọnà
A kìí yan fanda lójú títì
A kìí jẹun lójú títì
Ẹ̀gbẹ́ kan làá rìn
Má kọ ẹ̀yìn sí mọ́tò
Eré ni kí o sá kọjá
A kìí rìn bí a bá ń sọdá
Nítorí àwọn ọlọ́kadà
Àwọn oní míkírà ò mọmọ ìyá wọn
Ẹni tí mọ́tò bá sìgbá

Kìí rójú mú nọ́ńbà
Èèyàn tó bá kòjàńbá ọkọ̀

"

Ó lè daláàbọ̀ ara

Ó lè tibẹ̀ dájùlé ọ̀run

Ó lè tibẹ̀ dẹni àgbégbìn

ÌTUMỌ̀ ÀWỌN Ọ̀RỌ̀ TÓ TA KÓKÓ

Sínwín: Ya wèrè

Yan fandan: Se akọ

Ọlọ́kadà: Ẹni tó ń wa ọkadà

ÌBÉÈRÈ

1.   Bájá bá sínwín, ó máa ń mojú _______

2.   A kìí _______ tí a bá fọ̀nà.

3.   _______ àti _______ ni akéwì ní ká sọ́ra fún lójú ọ̀nà?

4.   Àwọn _______ ló ṣe mọ́tò.

5.   Má kọ _______ sí mọ́tò.

13   ẸGBẸ́ BURÚKÚ

Ẹ̀yin ọmọdé wọnyí ẹ tẹ́tí kẹ́ẹ gbọ́ mi
Ẹ̀yin màjèsín ẹ farabalẹ̀ gbọ́rọ̀
Ìwọ tí bàbá ń bá wí tóo rojú koko

Ìwọ tíyàá ń bá wí tóo gúngẹ̀ ọrùn
Wọ́n ní kí o má wẹgbẹ́kẹ́gbẹ́
O ní kí ni wọ́n ń wí?
Wọ́n ní kí o má wẹgbẹ́kẹ́gbẹ́
O lọ́rọ̀ wọ́n ò tà létí
O fi gbígbọ́ saláìgbọ́
O fàáké kọ́rí
O ń gúngẹ̀ ọrùn
O ní kí wọ́n jẹ́ kóo ṣe tìẹ
Ìgbẹ̀yìn níí dun olókùú àdá
Ọjọ́ alẹ́ lẹkún afàárọ̀ soge
O ṣe bẹ́ẹ̀ ó wẹgbẹ́ ìsáǹsá
O lọ wẹgbẹ́ a-mú-tíṣà-ṣeré
O lọ wẹgbẹ́ olódo
O lọ wẹgbẹ́ kí-n-olùkọ́-ó-se?
O lọ wẹgbẹ́ ajíwèéwò
Ẹ̀yin ni wọ́n ń ká mọ́nú tọ́ílétì...
Ẹ̀yin ni wọ́n ń ká mọ́nú igbó
Níbi tí ẹ ti ń ṣèranù

Ìwọ ọmọ tí a bínílé ire

Ìwọ ọmọ tí a bí nílé ẹlẹ́kòọ́
Ìwọ ọmọ tí a bí nílé ẹlẹ́sìn.
Ọmọlúàbí sì làwọn òbí rẹ
Ìwọ́ wá délé ẹ̀kọ́ tán
Oò rẹ́gbẹ́ gidi wò
Àfẹgbẹ́ aṣèranù
Ẹgbẹ́-a-gbé-ṣòkòtò-sí-bẹ̀bẹ̀rẹ́-ìdí
Ẹgbẹ́ atẹ̀lóbìnrin bí àkùkọ
O jẹ́ tètè ronú pìwàdà
Kó tó dàbámọ̀
Nítorí pé ìyà ń bọ̀ fọ́mọ tí ò gbọ́n
Ẹkún ń bẹ fọ́mọ tó ń kẹ́gbẹ́ burúkú
Tètè ronú pìwàdà nìmọ̀ràn àgbà
Kóo wẹ́gbẹ́ẹ́ rere ṣe kó tó pẹ́,
Kóo má bàá jẹka àbámọ̀ nígbẹ̀yìn

ÌBÉÈRÈ

1. Irú ẹgbẹ́ wo ni akéwì ní kí á má wọ̀?
2. Kí ni ìtumọ̀ fàáké kọ́rí?
3. _________níí dun olókùú àdá
4. Dárúkọ ẹgbẹ́ mẹ́ta tí akéwì ní ká má wọ̀.
i. .... ii. ....
iii. ....
5. Ẹ̀kọ́ wo ni ewí yìí kọ́ wa?

14. MÁ TANRAÀRĘ

Ìgbà kan ń lọ
Ìgbà kan ń bọ̀
Ìgbà kan ò lolé ayé gbó
Àsikò òṣèlú àwa-arawa la wà yí
Gbogbo wa lòrọ́ kàn gbọ̀ngbọ̀ngbọ̀n
Lóòótọ́ ni pé ọ̀nà pọ̀ lẹ́ẹ̀rùn
Ọ̀rọ̀ nípa iṣẹ́ ìjọba kìí ṣeṣẹ́ kékeré
Bí ìjọba kán bá gorí àlèéfà
Wọ́n á sapá láti tẹ̀lùú lọ́rùn
Wọ́n átiraka láti sọgbó dilé
Wọ́n á gbìyànjú láti sọ̀gbẹ́ dìgboro
Wọ́n á máa sapá àti sààtàn dọjà
Àgàgà àwọn tó bá lẹmìí Ọlọ́run bí irú èyí
Àmọ́ omi tó bá mọ níwọ̀n làá rẹ́lá sí
Kò sómùwẹ̀ tí ó wẹ àgbàrá
Àbí nílùú yìí náà kọ́?
Tẹnìkan ti bímọ mẹ́wàá
Ọlọ́mọ méje ń bẹ
Onímẹ́wàá ò gbẹ́yìn
Mo mòdílé ọlọ́mọ mẹ́ẹ̀ẹ́dọ́gbọ̀n
Iṣẹ́ ọwọ́ wọn ò sì tóó jẹ
Irú wọn níí di bùkátà sórí ìjọba
Irú wọn ni kìí ràwé fọ́mọ
Irú wọn ni kìí fẹ́ sanwó lẹ́sìnnì ọmọ

Bíjọba bá jéjèé èkọ́ òfé

Ìjọba ò kúkú níí parọ́

Wọ́n ó ṣe é dandan ni

Dandan ni tàìdan

Ìwọ òbí tí o fẹ́ kọ́mọ rẹ ó là

Ìwọ òbí tí o fẹ́ kọ́mọ rẹ ó di gómìnà

Ìwọ tóo fẹ́ kọ́mọ rẹ ó dàpésìn

Ìwọ òbí tí o fẹ́ kọ́mọ rẹ wà láàyè ńlá

Mo bẹ̀ ọ́, má fìwé ọmọọ̀ rẹ ṣeré

Ìwọ lọ sójà kóo ràwé kíkọ́ àti kíkà

Ra báírò àti gbogbo ohun tó yẹ

Kọ́mọ rẹ ó le bẹ́gbẹ́ pé

Kọ́mọ rẹ ó le bẹ́gbẹ́ mu

Ran akitiyan ìjọba lọ́wọ́

Ẹmá da bùkáátà ọ̀rọ̀ èkọ́ lé ìjọba nìkan lọ́rùn

Ìwọ akẹ́kọ̀ọ́ náà ńkọ́?

Oò níwèé kíkọ́

Bẹ́ẹ̀ loò ní kíkà

O tún sọwé ìjọba nù

Bólùkọ́ bá bá ọ wí, ẹjọ́ dé

Sé órántí pé ọmọ olùkọ́ níwèé

Olùkọ́ sì fẹ́ kóo ṣoríire ni

Ló fi ní ìwé kíkọ́ àti kíkà ṣe pàtàkì

Àánú rẹ ṣe mí

Tèmí ṣe Ọlọ́run Ọba

Ìjọba fún ọ níwèé kò tó

Sé kò yẹ káwọn òbíì rẹ le ràyókù?

Ìwọ ṣáà máa dúró dèwé ìjọba

K'Ọ́lọ́run má jé o ṣẹrú ẹgbẹ́

K'Ọ́lọ́run má jé o dèrò èyìn

Nítorí pé,
Akẹ́kòọ́ tí ò níwèé kíkọ́ àti kíkà
Ọpọlọ gín-ní-gín ní ń bẹ lórí irú wọn
Ìmọ̀ irú wọn kìí gbéwọ̀n.

ÌBÉÈRÈ

1. Àsikò òṣèlú .... la wà yí?
2. Àwọn nǹkan wo ni akéwì fẹ́ kí àwọn òbí rà fún ọmọ wọn?
3. Omi tó bá mọ níwọ̀n làá rẹ .... sí.
4. Akéwì jẹ́ ká mọ̀ pé ọpọlọ gín-ní-gín ní ń bẹ lórí àwọn akẹ́kòọ́ tí
ò bá ....
5. Dárúkọ èèyàn méjì tí akéwì ń gbà nímọ̀ràn nínú ewi yìí.

15. ẸKÚ ÌWỌLÉ

Ẹ kú ìwọlé o
   Ẹ káàbọ̀ sílé ẹ̀kọ́
   Sé olidé dùn yùngbà?
Àwọn òbí yín ńkọ́?
Sé wọ́n ń bẹ lálàáfíà ara?
Bí ẹ ṣe wọlé sáà yìí
Èdùmàrè á bá a yín wọlé
Ọlọ́run ò níí fi yín sílẹ̀.

Mo ní ìmọ̀ràn àtàtà kan fún yín
Mo ní ìmọ̀ràn kan lọ́kàn
Ẹ tẹtí bèlẹ̀jẹ́ kẹẹ gbọ́ mi
Ẹ farabalẹ̀ gbọ́ làbárè
Ẹ jẹ́ n ta yín jí ní fẹ́ẹ́rẹ́fẹ́.
Bí ẹ se wọlé yìí
Ìwé yín ni kí ẹ gbájú mọ́
Iṣẹ́ yín ni kí ẹ yàn láàyò
Ọmọ tó bá ń fẹkọ́ ṣeré
Ọpọlọ wọn kìí mú yán-án-yán-án
Akẹ́kọ̀ọ́ tó bá ń fìwé kíkà ṣàwàdà
Wọn kìí gbégbá orókèè
Wọn kìí wà níwájú
Èrò èyìn nirú wọn máa ń yà
Irú wọn ló máa ṣẹrú ẹgbẹ́
Irú wọn ló máa ń ṣe "yes sir" fẹ́gbẹ́ wọn.

Èmi ò níí ṣẹrú ayé nítèmi

N ò níí ṣakóbàtà fẹ́gbẹ́

N ò níí ṣakóbàtà fọ́gbà

Bí ẹ ṣe wọlé yìí

Ẹ múra ṣíṣẹ́ yín

Ọmọ tó bá fiṣẹ́ ṣeré lónìí

Yóó padà sakóbàtà nígbẹ̀yìn.

ÌTUMỌ̀ ÀWỌN Ọ̀RỌ̀ TÓ TA KÓKÓ

Tẹ́tí bẹ̀lẹ̀jẹ́:   Tẹ́tí dáadáa

Gbájú mọ́:   Fojú sí

Gbégbá orókè: Yege

Akóbàtà: Ẹ̀rú (ẹrú ayé)

ÌBÉÈRÈ

1.   Kí ni akéwì ń kí àwọn akẹ́kọ̀ọ́ fún?

2.   Àwọn ìbéèrè méjì wo ni akéwì béèrè?

3.   ________ni akéwì ní òun ní lọ́kàn fún àwọn akẹ́kọ̀ọ́?

4.   ____________kìí gbégbá orókè

5.   Kí ló détí akéwì fi ní kẹ́ ẹ múra ṣíṣẹ́ yín?

16. ẸNU

Ẹnu lẹbọ ẹ̀yin ènìyàn
Ẹnu ń lani
Ẹnu ń pani
Ẹnu ń sọni dolókìkí
Ẹnu ń gbéni débùúté ògo
Ẹnu ń gbéni dógbà ẹ̀wọ̀n
Ẹnu ń gbéni dátìmọ́lé
Ẹnu ń sọni dẹdun arinlẹ̀
Ẹnu lẹbọ ẹ̀yin aráyé

Ṣebí ọ̀rọ̀ ní í yọ obì lápò
Ọ̀rọ̀ náà ní ń yọ idà lápó
Ẹnu yìí ló mà pọ̀bọ Aláfára nígbà kan
Ẹnu ló kó bá Kọ́lédowó ọlọ́mọ méje
Ẹnu náà ló ṣelésù lẹ́yìn òrófó
Tó bímọ méjì tó ń pariwo káyé
Pé kí wọn máa bọ̀ wáá jíjó ọlọ́mọ
Pé ta ló bímọ tó pọ̀ tó báyìí rí?
Àṣẹ̀yìnwá àṣẹ̀yìnbọ̀,
Ayé fọmọ dóròófó lágara.
Ayé pọmọ òrófó dànù.

Bí o bá ń rí jẹ lónìí
Tí o le jẹun ẹ̀ẹ̀mẹta lójúmọ́
Ṣe ni kí o panu mọ́

Má ṣekùn gbẹndu níwájú èèyàn tí ò yó

Máfi wọn ṣe yèyé rárá

Ìwé lo bá mọ̀ lámọ̀jù

Tí o bá lọ lanu rẹpé ẹnikan lolódo

O le fa wàhálà síraàrẹ lọ́rùn

Ẹnu mi ò níí pa mí

Ẹnu ò ti ẹ̀ níí pa gbogbo wa

Ẹní bá fẹ́, kó sọ́ ẹnu ni

Ẹnu ò níí pa wá láyé tí a wá

Ẹni bá fẹ́, kó yáa bá n sàmí ẹ̀.

ÌTUMỌ̀ ÀWỌN Ọ̀RỌ̀ TÓ TA KÓKÓ

Olókìkí: Ẹni tí gbogbo ènìyàn mọ̀

Apó: Awọ çran tí a rán tí a máa ń fi
idà sí.

Òrófó: Oríṣìí ẹyẹ kan, tó máa ń rojọ́.

ÌBÉÈRÈ

1. Ẹnu ni _______________ ?
2. Ẹnú máa ń sọni di ___________.
3. Sọ ènìyàn tàbí çranko mẹ́ta tí çnú ti kó bá nínú ewì yìí.
4. ___________ló sọ pé kí wọn wá bá òun jíjó ọlọ́mọ.
5. Ọ́mọ́ mélòó ni Kọ́lédowó bí?

17. OMI

O*mi la bù wẹ*
Omi la bù mu
Ẹnìkan kìí bómi ṣọ̀tá
Omi lẹ̀rọ̀ fún gbogbo aráyé
Bọ́mọdé bá ń gbóná nílé wa
Wọn á ní ẹ fomi tútù sàn-án lára
Báwọn àgbà bá ń gbóná nílé wa
Bí a bá ti fomi sanra ara a sì balẹ̀ pẹ̀sẹ̀
Nínú nǹkan mẹ́ta tó so ayé ró
Lára nǹkan mẹ́ta tára ń fẹ́
Lára nǹkan mẹ́ta tẹ́mìí nílò
Ǹjẹ́ ẹ̀yin tiẹ̀ màwọn nǹkan náà
Afẹ́fẹ́ jẹ́ ọ̀kan nínú wọn
Omi ò sì gbẹ́yìn nínú ọ̀rọ̀
Oúnjẹ sì lọ̀rẹ́ àwọ̀ nílé ayé
Bí a bá fẹ́ wẹ̀, omi ni
Bí a bá fẹ́ fọsọ, omi ni
Bí a fẹ́ ṣe oúnjẹ, ṣebómi náà ni
Omi nìkan ni ò rẹ́ni bá a ṣọ̀tá
Omi níí poró iná
Omi ni
Omi níí poró ọgbẹlẹ̀
Omi ni

Ẹ̀rọ̀ ni omí wà fún

Èrò pèsè làá bálé Olúwari
Omi ni èrò gbogbo nǹkan
Omi ni, òrò omí kanpá
Bí a fé kólé, omi ni
Omi kò lótàá
Omi lòré gbogbo ènìyàn.

ÌTUMÒ ÀWỌN ÒRÒ TÓ TA KÓKÓ

Omi lèrò: Omi máa ńjé kí ara ó tu èèyàn
... Òré àwò: Oúnjẹ dára fún ara wa

ÌBÉÈRÈ

1. Sọ nǹkan méta tí a máa ń fi omi ṣe.
2. _____________ la bù mu.
3. Nǹkan mélòó ni akéwì sọ pé óso èmí ró?
4. Dárúkọ wọn:
i.   _____________
ii. _____________
iii. _____________
5. Omi kò ní _____________

18.   Ẹ MÁ FẸ̀KỌ́ ṢERÉ

Ẹ̀ kọ́ dára
Ẹ jẹ́ ká lọ
Ẹ jẹ́ ká lọ sílé-ẹ̀kọ́
Ẹnikẹ́ni tí kò kàwé
Aláàárù ní yóó ṣe 1ọ́la
Ẹ̀ kọ́ dára
Ẹ jẹ́ ká lọ sílé-ẹ̀kọ́

Ẹ̀ kọ́ dára
Ẹ̀yin ọmọdé wọ̀nyí
Ẹ jẹ́ múra ní gidi
Ẹ jẹ́ á ti kékeré diraawa lámùrè
Kò sóhun tí a le fi wé ẹ̀kọ́ nílé ayé
Ẹni tó bá wáyé tó fẹ́ ráyé gbé
Kó má mà fẹ̀kọ́ seré rárá o
Ẹ̀èyàn tó fẹ́ jéèyàn ní dúníyàn
Kó má fọwọ́ ẹ̀rẹ̀hçnhẹ mú ẹ̀kọ́ ẹ̀
Ọmọdé tó bá ń fẹ̀kọ́ ṣeré
Ọmọdé tó bá ń fẹ̀kọ́ ṣàwàdà
Ọmọdé tó bá ń fẹ̀kọ́ ṣe fòní-kú fọ̀la-dìde
Bóyá ló le dẹni pàtàkì nílé ayé!
Bí omi àti oúnjẹ seṣe pàtàkì
Bẹ́ẹ̀ ni ẹ̀kọ́ yín náà ṣeṣe pàtàkì
Mo bẹ̀ yín ẹ̀yin màjèsín

Ẹ má fẹ̀kọ́ ṣeré o

Mo bẹ̀ yín ẹ má fẹ̀kọ́ ṣeré rárá

Ẹmú èkọ́ yín ní pàtàkì

Ẹmú èkọ́ yín ní pàtàkì

Kí bàtà yín le dún kokoko

Kí bàtà yín le dún kàkàkà

Ìyẹn tó bá dọjọ́ alẹ́

Ìyẹn léyìnwá òla

Ẹ tẹpá mọ́sẹ́ẹ yín

Gbogbo yín lẹ ó soríire,

Gbogbo yín lẹ ó mókè.

ÌBÉÈRÈ

1. __________ dára ẹ̀yin ọmọdé wọ̀nyí

2. Bí ______àti ________ ṣe ṣe pàtàkì ni ẹ̀kọ́ ṣe ṣe pàtàkì?

3. Bóyá ni ẹni tó bá ń fẹ̀kọ́ seré ledi ___

4. Ẹ̀kọ́ wo ni ewì yìí ń kọ́ wa?

5. Kò sóhun tí a le fi ________wé.

19. ÀWỌN OṢÙ YORÙBÁ

Àwọn ọmọ wa ayé òde òní
Àwọn màjèsín wa tó jálákọ̀wé
Àwọn tí a gbẹ́mìí lé lójọ́ iwájú

Àwọn tí a fẹmí tẹ̀ nígbẹ̀yìn

Ọ̀pọ̀ nǹkan ni ò yé wọn rárá

Ọ̀pọ̀ ọ̀rọ̀ Yorùbá ló sókùnkùn lójú wọn

Wọn ò mọ̀ pé January ní ń jẹ́ ṢẸ́Ẹ́RẸ

Débi pé wọ́n á mọ̀ pé February là ń pè ní ÈRÈLÉ

Ká tó wá sọ pé -

Wọ́n á mọ̀ pé March ni ẸRẸ́NÀ

IGBE sì- là ń pè ní April

May ni ÈBÌBÍ nilẹ̀ Yorùbá

ÒKÙDÚ sì ni JUNE bẹ́ẹ̀ bá mọ̀

AGẸMỌ n sì loṣù keje tí a mọ̀ sí JULY

Oṣù ÒGÚN là ń pè ní August

Ọ̀WẸ́RẸ̀ sì ni September

Ọ̀WÀRÀ ni October

BÈLU loṣù kọkànlá tí n jẹ November

Ọ̀PẸ loṣù kejìlá, oṣù ọpẹ́ tí gbogbo wa máa ń dúpẹ́

Oṣù tí tẹrútọmọ ń dúpẹ́ wíwàláàyè

Oṣù December ló pẹ̀kun oṣù bàbàbà.

ÌTUMỌ̀ ÀWỌN Ọ̀RỌ̀ TÓ TA KÓKÓ

Ṣẹ́ẹ́rẹ́, Èrèlé, Ẹrẹ́nà, Igbe, Èbìbí, Òkùdú, Agẹmọ, Ògún, Ọ̀wẹ́rẹ̀, Ọ̀wàrà, Bèlu, Ọ̀pẹ-Àwọn oṣù Yorùbá

Màjèsín: Ọmọdé

Sókùnkùn: Tí kò yé tàbí hàn-síni

Pẹ̀kun: Parí

ÌBÉÈRÈ

1. Oṣù wo ni Yorùbá ń pè ní Èbìbí?

2. Sọ July ní èdè Yorùbá.

3. Oṣù wo ni akéwì sọ pé a fi máa ń dúpẹ́?

4. Oṣù wo ni April?

5. Kí ni orúko oṣù kìn-ín-ní àti ìkejilá Yorùbá (i) _________ àti (ii)

____

20   MO DÚPẸ́ DÚPẸ́

O
1. Ọpẹ́ loúnjẹ Rẹ̀
Ọpẹ́ loúnjẹ Rẹ̀
Ée jẹ̀bà, ée jẹ̀kọ́kọrẹ́ o
Ọpẹ́ loúnjẹ Rẹ̀.

2.   *Àdúrà mí gbà*
Mo sọpẹ́ sọpẹ́
Ẹni tó ní tòun ò gbà
Ó ní bó ṣe jẹ́…

Kò sẹ́ni tí ń bẹ láyé,
Kò séèyàn tó wà lókè eèpẹ̀
Àní tọ́rọ̀ rẹ̀ kò tó ọpẹ́
Ẹni tó ń bẹ láyé tí ò bá le máa dúpẹ́
Bó bá jẹsan ẹran kò níí tayín
Bó jẹ̀wà kò níí fomi sìn-ín sísàlẹ̀.
Ọ̀pọ̀ òjò ló ti rọ̀ nílé ayé
Ọ̀pọ̀ ìrì ló sì ti ṣẹ̀ ní dúníyàn
Oníríúurú ibi ló ti foni ru
Ọ̀kẹ́ àìmoye àjálù ló ti já lulẹ̀ lẹ́kòkè.

Ayé ti kíni pèlẹ́ rí
Ayé tún ti kíni kú ewu
Ayé ti rò pó kubi tá ó gbé e gbà

Ayé ti ń yínmú pé aápọn babá ti pin
Ẹni tó sún mọ́ọ̀yàn fẹ́ yọ̀ọ̀yàn
Alámùúléti ẹni fẹ́ ká ràjò ká má padà wálé
Wọ́n fẹ́ ká lọ bíi ti lámilámi
Mo dúpẹ́ púpọ̀ lọ́wọ́ Olúwa
Ọ̀nà ọpẹ́ mi pọ̀ o jàre
Ọ̀nà ọpẹ́ mi pọ̀ jọjọ
Ọ̀nà ọpẹ́ mi pọ̀ kò le yé ọ̀rẹ́
Ọ̀nà ọpẹ́ mi pọ̀ kò le yéèyàn.
Kò le yé ará ilé ẹni
Sebí oníkùn ló mọkà
Sebí ọ̀dọ̀ mi ni ikùn síì wà.

Gbogbo ẹni tó dúró tini lójọ́ ìpọ́njú
Mo dúpẹ́ dúpẹ́
Gbogbo èèyàn pàtàki tó yàtọ̀ séèyàn pátákó
Mo dúpẹ́ dúpẹ́
Ẹ̀yin ẹni iyì
Tó yàtọ̀ séèyàn yọ̀rọ̀
Mo dúpẹ́ dúpẹ́
Ẹni tó dúró ti ni lójọ́ ẹkún
Mo dúpẹ́ dúpẹ́
Ẹni tó dúró ti ni lójọ́ tí ò séèyàn.
Ẹ şeun gan-an ni

Gbogbo ẹni tó rọ̀gbà yí mi ká
Mo dúpẹ́ dúpẹ́
Elédùmarè, mo dúpẹ́ dúpẹ́ o
Ẹ̀yin afẹ́nifẹ́re, àtẹyin aráàdúgbò
Tó fi dórí ẹbí òun ọ̀rẹ́

Ẹ ṣeun ṣeun

Ẹ̀yin ìjọ Ọlọ́run gbogbo ẹ ṣeun

Ire ni ká fi máa gba ire

Ẹ ò níí pòfo, ẹ ò níí ròfo

Ẹ ò níí dẹni ìgbàgbé láyé

Èdùmàrè á bá mi dúró ti gbogbo yín pátá

Èdùmàrè ò níí fiyín sílẹ̀ nígbà tó ṣòro.

Bẹ́ẹ̀ lẹ ò níí mọnira ní dúníyàn.

ÌTUMỌ̀ ÀWỌN Ọ̀RỌ̀ TÓ TA KÓKÓ

Ìkọ́kọrẹ́: Ounjẹ (àṣáró) tí àwọn Ìjẹ̀bú máa ń fi iṣu ewùrà ṣe.

Àjálù: Ohun burúkú

Aápọn...pin: Kò sí ọnà àbáyọ mọ́

Lámilámi: kòkòrò abìyá kan tó fẹ́ràn kó máa lá omi

Dúniyàn: Ilé ayé

ÌBÉÈRÈ

1.   Ǹjẹ́ ìwọ gan-an rò pé ọ̀rọ̀ rẹ́ tópẹ́?

a.   Bẹ́ẹ̀ni   b. Bẹ́ẹ̀kọ́

2.   Ọ̀pọ̀ _________________________ ló ti ṣẹ láyé

3.   Dárúkọ èèyàn mẹ́ta tàbí ìjọ mẹ́ta tí akéwì ń dúpẹ́ lọ́wọ́ wọn

i.   _________________________________

ii   _________________________________

iii _________________________________

4.   Sọ nǹkan méjì tí akéwì ní aláìmoore kò níí ṣe

i.   _________________________________

ii. _________________________________

5. Ẹ̀kọ́ wo ni ewì yí kọ́ wa?

ÌDÁNRAWÒ   1

ÌDÁNRAWÒ 2

ÌDÁNRAWÒ   3

ÌDÁNRAWÒ 4

ABOUT THE AUTHOR

Olatinwo Adeagbo Fatoki

Reverend Ọlátińwọ́ Adéagbo Fátókí hails from Kúṣeélá, Igbó-Elérin in Lagelu Local Government, Oyo State. He was born on 10th September, 1951.

He attended IDC primary school, Ode-Aje- and Lagelu Grammar School, Agugu, Ibadan for his primary and secondary school respectively. He then proceeded to Cooperative College, Eleyele Ibadan where he was awarded a certificate in 1973. He bagged B.A Yoruba and Philosophy at University of Lagos in 1978. He also studied Public Administration in Obafemi Awolowo University in 1989 and had Post Graduate Diploma in Public Relations at Nigerian Institute of Journalism, Ibadan Campus. He also graduated as a Reverend at Immanuel College of Theology in 1991 which qualified him to be the priest of an Anglican Church.

He was a Permanent Secretary at Oyo State Secretariat, Ibadan before he retired in2007. Among his works are Emèrè, Igi Ìṣọ̀kan, Àjẹ́, Àṣàkẹ́ Ọlọ́kọ Mẹ́ta, Farmiliar Spirit (Emèrè) and Ewì Ìtanijí. He co-founded Regina James Academy with his late wife Adetola from which union they were blessed with children and grandchildren.